# பைந்தமிழ்த் தூரிகை

எரிசினக் கொற்றவன்

சத்யா

**Title**
Painthamizh thoorigai
Erisina Kottravan

ISBN : 978-93-6666-352-4

Title Code : Sathyaa - 143

நூல் தலைப்பு
பைந்தமிழ்த் தூரிகை

நூல் ஆசிரியர்
எரிசினக் கொற்றவன்

முதற்பதிப்பு
மார்ச் 2025

விலை : ₹ 125

பக்கம் : 95

Printed in India

**Published by**

**Sathyaa Enterprises**
No.134, First Floor,
Choolaimedu High road,
Choolaimedu, Chennai - 600 094.
044 - 4507 4203

Email
sathyaabooks@gmail.com

# என்னுரை

**விரகர் இருவர் புகழ்ந்திட வேண்டும்**
**விரல்நிறைய மோதிரங்கள் வேண்டும் அரையதனில்**
**பஞ்சேனும் பட்டேனும் வேண்டும் அவர்கவிதை**
**நஞ்சேனும் வேம்பேனும் நன்று.**

**- ஔவையார்**

தமிழ் மிகத் தொன்மையான மொழி என்பதனை அதன் அகச்சான்றுகளும் புறச்சான்றுகளும் நிறுவுகின்றன. புறச்சான்றுக்கு இப்போதைய கீழடி ஆய்வு வரையிலான நிரூபணங்கள் உள்ளன. அகச்சான்றுக்கு, வேள்வித் தீயில் வெந்ததும் கடல் கொண்டதும் கரையான் தின்றதும் போக எத்தனையோ காலம் கடந்த இலக்கியங்கள் நம்மிடம் இப்போதும் கையிருப்பாக உள்ளன. அந்த இலக்கியக் கோப்பை எல்லாம் கவிதை என்ற மதுவால் நிறைந்து வழிகிறது. இலக்கிய உலகில், கவிதை என்பதே மூத்த வடிவம். அது நாட்படுதேறல் அதனால்தான் நம்மை மயக்குகின்றன.

ஆனால் அந்தக் கவிதையின் இன்றைய நிலையை நான் சொல்லி நீங்கள் அறிந்து கொள்ளத் தேவை இராது என்று நினைக்கிறேன். யாரிடமாவது நீ படித்த ஒரு கவிதையைச் சொல் என்று கேட்டுப் பாருங்கள். அவனுக்குத் தெரிந்தது, பாரதியார் அல்லது பாரதிதாசனார் ஆகியோரின் கவிதைகளி லிருந்து இரண்டு மூன்று வரிகளாக அது இருக்கும். அதுவும் பாடத் திட்டத்தில் இருந்ததனால். இல்லாவிட்டால் அதுவும் இருக்காது.

திரைப்படப் பாடலாசிரியர்கள், தமிழ் அறிந்த அரசியல்வாதிகள், அரசியல் சார்புடையவர்கள், பிரபலமான கவிஞர்கள், அவர்களது பிள்ளைகள் என 'பேறு' பெற்றவர்கள் எழுதிய கவிதைகளெல்லாம் கற்பனையிலும் விற்பனையிலும் சாதனை படைக்கிறது.

பெயர் அறியப்படாத ஓர் எளிய மாந்தனின் கவிதைகள், காகிதத்தில் அச்சேறக் காத்திருந்து காத்திருந்து காலாவதி ஆகிப் போகிறது. அப்படி என்னுடைய கவிதைகளும் காலாவதியாகியோ அல்லது மூப்படைந்து முதிர்கன்னியாகியோ விடுவதற்கு முன் உங்கள் கைகளில் கொண்டு வந்து சேர்த்து விட வேண்டும் என நினைத்தேன்.

பருந்துகளும் வல்லூறுகளும் வட்டமிடும் வனாந்தரத்தில் ஒரு தோலுரிக்கப் பட்டக் கோழி உயிரோடு வாழ்வதற்கு சாத்தியமில்லை என்பது எத்தனை உறுதியான செய்தியோ அத்தனை உறுதியான செய்தி, ஓர் அறியப்படாத கவிஞனின் கவிதைத் தொகுப்பை ஒரு பிரபலமான பதிப்பகத்தார் பிரசுரிப்பது என்பது.

பிழை திருத்தம் முடிந்து இறுதியாக இந்த முன்னுரையை எழுதும் இந்த நொடி வரை ஏதோ ஓர் உறுத்தல் என் உள்ளத்தில். அதற்கு மூன்று காரணங்கள் உள்ளன. முதலாவது காரணம், இந்த நூல் வெளிவருமா? என்பது. இரண்டாவது காரணம், ஓர் அறியப்படாத ?கவிஞன் என்று என்னை நானே சொல்லிக் கொண்டது. மூன்றாவது காரணம், நான் எழுதியதை நீங்கள் கவிதை என்று ஒப்புக் கொள்வீர்களா? என்பது.

நான் ஒரு ஜவுளிக் கடைக்குச் சட்டை வாங்கச் சென்றேன். பார்த்த சட்டைகள் ஏதும் எனக்குப் பிடிக்கவில்லை. அடுத்ததாக அட்டைப் பெட்டிக்குள் உள்ள சட்டைகளைக் காட்டும்படி அங்குள்ள ஓர் ஊழியரிடம் கேட்டுக் கொண்டேன். ஒரு சில்வர் நிறப் பெட்டி அது. அதற்குள் இந்த துணிதான் உள்ளது என்பதைத் தெரிந்து கொள்ள ஒரு சின்ன 'மாதிரித்' துணி ஒன்று அதன் முகப்பில் ஒட்டப் பட்டிருந்தது. அங்கிருக்கும் மின் விளக்குகளின் வெளிச்சத்தில் அட்டைப் பெட்டி மின்னியது.

கண்ணாடி மேசையில் வைத்து மூடியை லாவகமாகத் திறந்து சட்டையை என்னிடம் எடுத்துக் காட்டினார் அந்த ஊழியர். நான் உறைந்தே போனேன். தன்னியல்பாக என் வாயிலிருந்து ஒரு சொல் வந்தது. அந்தச் சொல் 'லெமூரியா'. குமரிக்கண்டம் என்று அழைக்கப்படும் லெமூரியா கண்டம்

எத்தனை பழமை வாய்ந்தது என்று உங்களுக்குத் தெரியும்தானே! அந்தச் சட்டையின் பழைய தோற்றத்தைப் பார்த்ததும் எனக்கு லெமூரியா என்ற சொல்தான் நினைவுக்கு வந்தது. அதிர்ச்சியிலிருந்து விடுபடாதவனாய் அந்த ஊழியரிடம் சொன்னேன்.

'அட்டப் பெட்டியப் பாத்தா கொமரிப்புள்ள மாதிரிதான் இருக்கு. அதத் தெறந்து பாத்தா, உள்ள ஒரு பழைய கெழவிய மேக்கப் போட்டுப் படுக்க வச்சிருக்கீங்களே!' என்றேன்.

அந்த ஊழியருக்கு சிரிப்பு வந்துவிட்டது. பொசுக்கென்று தரையில் அமர்ந்து கொண்டு சிரித்தார். அவர் அந்தச் சட்டையை நினைத்துச் சிரித்தாரா? அந்தக் கடையின் நிலையை நினைத்துச் சிரித்தாரா? அல்லது என் சொற்களை நினைத்துச் சிரித்தாரா? என்பது எனக்கு தெரியவில்லை. இதை இப்போது ஏன் சொல்கிறேன் என்று நீங்கள் நினைக்கலாம். அதற்கும் ஒரு காரணம் உண்டு.

புத்தகம் நன்றாகத்தான் உள்ளது. உள்ளே திறந்து படித்தால்தான் தெரியும் பழைய கிழவியா? இளைய குமரியா? என்று நீங்கள் நினைத்துவிடக் கூடாது. அப்படி ஏதும் நினைத்தீர்களா?

கட்டாயம் என் கவிதைகள் குமரியாகத்தான் இருக்கும். ஏனென்றால் நான் எழுதியது கன்னித்தமிழில் அல்லவா!

- நெஞ்சம் நிறைந்த அன்போடு
எரிசினக் கொற்றவன்

# அணிந்துரை

புனைவுலகுக்குள் பாதம் வைக்கத் துடிக்கும் எந்தப் படைப்பாளிக்கும் கவிதைகள்தான் முதலில் கரம் நீட்டி ஆதரவு தரும். இந்த விந்தை ஏன் நிகழ்கிறது? என்று சொல்லத் தெரியவில்லை. ஒரு வேளை தமிழுக்கு மற்றெல்லா வடிவத்தைவிடவும் கவிதைகள்தான் ஆதிமுதல் படைப்பு என்பதாலா? தாய்மார்கள் தாலாட்டில் தேன் தடவிப் பாடி தன் சேய்களின் செவிகளைக் களிப்பூட்டியதாலா? பருவ வயதை அடைந்தவுடன் எதிர்பாலினம் எய்திய ஈர்ப்பினாலா? இவற்றுள் ஏதோ ஒரு ஊற்றுக்கண்தான் கவிஞர் எரிசினக் கொற்றவனை ஊக்கியிருக்கவேண்டும்.

பலவிதமான பாடுபொருளில் கவிதைகளை வடித்திருக்கிறார். எல்லா கவிதைகளுமே அந்தந்த பொருண்மைக்கேற்ப, பாடலுக்கு ஒத்தஇசைபோல, கவிதைக்குத் தகுந்த ஓசை நயத்தோடு எழுதப்பட்டிருக்கிறன்றன. அவை கவிதைகளின் நடனத்துக்கு உகந்தவைகளாக பொருந்தி வந்திருக்கின்றன. பால்மணம்மாறா குழந்தைகளின் இழப்பு, மண்மணம் கமழும் தாய்மண்ணின் செழுமை, போரின்போது உண்டான மானுடக் கொடுமை, பெண்ணழகு, ஆணழகு என பன்முகப் பொருளில் கவிதைகள் இந்நூலை பெருமதியாக்கி விடுகிறது.

முதல் கவிதையே ஒரு காவியம்போல நீள்கிறது. அதன் தலைப்பைப் படித்தவுடன் கொடுந்தீயென நெஞ்சைக் கவ்வுகிறது. மழலையைக் கொஞ்சும் மொழியில் ஒரு ஒப்பாரி ஓலம் கேட்டுக்கொண்டே இருக்கிறது.. ஒவ்வொரு வரியும் நெஞ்சுக்கூட்டை கசக்கிப் பிழிகிறது. அதில் சில வரிகள்.

**சீனிக் கற்கண்டு**
**என் செந்தூரப் பூச்செண்டு**
**செல்ல மொழிபேசி என்னச்**
**சொக்க வைக்கும் பொன்வண்டு**

என்று தொடங்கி 'பின்னேரம் பசி எடுக்க எம் பிள்ளக் கறி தின்னுருச்சே!' என்ற வரிகளில் ஒரு கடும் நோய் என்னைத் தாக்கிய பாதிப்புக்குள்ளானேன்.

நான், கும்பகோணம் தீ ஆடிய ருத்ர தாண்டவத்தை செய்தியாகத்தான் வாசித்தேன். அந்த அனல் என் மீதும் சீற்றத்தோடு பாய்ந்து தீண்டியது. அதனைத் தொட்டு எரிசினக் கொற்றவன் எழுதிய முதல் கவிதையில் இந்த இரண்டு வரிகளில் தீ மீண்டும் என் மீது பாய்ந்தது.

தமிழ்நாட்டின் வரலாற்றிடங்கள் பெருமைவாய்ந்தவை. பாடல்பெற்ற கோயில்கள்,அவற்றிம் கட்டுமான பிரம்மாண்டமும் ஒப்பீட்டளவில் சிறந்தவை. அவை ஏன் தாஜ்மகால் போல உலகப்புகழை எட்டவில்லை என்பது கவிஞரின்தார்மீகமான ஏக்கம்தான். அவற்றைப்பற்றி எழுதிய கவிதையில் அவரின் ஆதங்கம் வெளிப்படுகிறது. தாய் மண்ணின் பெருமையை ஒரு கவிஞன் பாடும்போது அந்த வரலாற்றிடங்கள் மேலும் பொலிவுறுகின்றன.

**இடுகாட்டைப் போற்றுதற்கு**
**வடநாட்டு மக்களுண்டு**
**இருந்தமிழர் புகழ் போற்ற**
**எம்மினமே ஒன்றுபடு...**

என்று சூளுரைக்கிறார்.

அழகே! ஆரணங்கே! என்ற தலைப்பிட்ட கவிதை, சொற்களைக் கொண்டு சிற்பமாக்கிய ஓர் அழகியைக் கண்முன் கொண்டு வந்து நிறுத்துகிறது.

**வெண்ணிலவைத் துண்டாடி உன்**
**முற்றத்திலே விளக்கெரிப்பேன்.**
**வானவரை வென்று உந்தன்**
**வாசலிலே காவல் வைப்பேன்**

என்று சொல்லும்போது அழகுணர்ச்சி நம்மையும் தீண்டி விடுகிறது.

கவிஞருக்கு கவிதையை முந்திக்கொண்டு வார்த்தைகள் காத்துக் கொண்டிருப்பது போல உணரவைக்கின்றன கவிதைகள். சன்னதம் வந்தது போல ஒரு கட்டுப்பாடில்லாமல் நீண்டு கொண்டே போகிறது. அவரே போது மென்று வலிய முற்றுப்புள்ளி வைத்தாலொழிய அவரை எதிர்கொள்ளும் கவிதை அலை ஓயப்போவதில்லை என்று புரிந்து கொள்கிறேன்.

ஈழப்போரில் மானுட வேட்டை நடந்ததைப் பற்றி அவர் கவி பாடும்போது அதில் ஒரு அங்கதக் குரல் ஒலிக்கிறது. ஆனால் அது சொல்ல வந்த செய்திதான் வேல்கொண்டு தைக்கிறது.

**ஊனாட உயிராட யாம்**
**பங்கருக்குள் கிடந்தபோது**
**மானாட மயிலாட**
**மகிழ்ச்சியோடு பார்த்தார்கள்.**

பெரும்பாலான கவிஞர்கள் பெண்களைத்தான் பாடுவார்கள். கவிஞரும் பாடுகிறார். ஆனால் அடுத்தடுத்த பக்கங்களில் ஆணழகையும் பாடிப் பார்க் கிறார். ஆண் அழகில் சொக்கிய பெண்கள் பாடுவது போன்று உள்ளது இவரின் சில கவிதைகள். அந்த நீண்ட கவிதையில் சில முத்துக்கள்.

**மார்பில் சுருண்டிருக்கும்**
**முடியென்ற புல்வெளியில்**
**விரலால் நடன்மிட**
**விம்மி மனம் படபடக்கும்.**

'எல்லாம் உண்டு இங்கே', 'அழகான கல்லறை' போன்ற கவிதைகளில் மண்வாசனையை நிறுவுகிறார். அவற்றுக்குள் அறச்சீற்றம் தொனிப்பதை அவதானித்தேன்.

'கருகிய அரும்புகள்', 'முதியோர் இல்லம்' போன்ற கவிதைகளில் ஒரு தாய்மனம் கொண்ட எரிசினக் குரல் கேட்டுக்கொண்டே இருக்கிறது. எரிசினக் கொற்றவன் கவிதைகளை வாசிப்பவர்கள் அவரின் சொற்களாடும் நடனத்தை உணர்வீர்கள். கவிதைகளில் ஒலிக்கும், சந்தம் எதுகை மோனை இவை கவிதைகளின் வலிமைக்கு ஆதாரமாக நிற்கின்றன. நான் ஒரே மூச்சில் இவற்றை வாசித்து முடித்ததன் காரணமும் இதுதான்.

- நேசமுடன்

**கோ. புண்ணியவான்**

மலேசியா

## உள்ளே...

| | | |
|---|---|---|
| 1. | கருகிய அரும்புகள் | 11 |
| 2. | ஈசனுக்கோர் விண்ணப்பம் | 14 |
| 3. | பதிலோடு வருவாயா? | 17 |
| 4. | சிப்பி தொடா நித்திலமே! | 19 |
| 5. | அழகான கல்லறை | 23 |
| 6. | முதியோர் இல்லம் | 25 |
| 7. | உழவுத்தொழில் காத்திடுவோம்! | 27 |
| 8. | அழகே ஆரணங்கே! | 29 |
| 9. | காதலாகிக் கசிந்து | 33 |
| 10. | அவள் அழகி | 35 |
| 11. | சொல்லாத காதல் | 36 |
| 12. | எல்லாம் உண்டு இங்கே | 38 |
| 13. | நினைவுகள் | 40 |
| 14. | நிலவே! நித்திலமே! | 42 |
| 15. | குப்பை | 46 |
| 16. | தீபாவளி | 48 |
| 17. | பார்த்தார்கள்! பார்த்தார்கள்! | 50 |
| 18. | நாங்களும் தமிழர்தாங்க | 52 |

| | | |
|---|---|---|
| 19. | கண்ணுடையர் என்பவர் கற்றோர் | 55 |
| 20. | பரந்து கெடுக | 59 |
| 21. | இவள்தானா தமயந்தி? | 63 |
| 22. | ஓடிவந்து தாலி கட்டு | 66 |
| 23. | சிட்டின் சிறகெடுத்து செய்து வைத்த இடை | 68 |
| 24. | சொற்களுக்குள் தேனை வைத்தான் | 71 |
| 25. | மோகம் வந்து தாழ் திறக்கும் | 73 |
| 26. | உடலும் உயிரும் | 76 |
| 27. | எந்தன் வெண்மதியே! | 78 |
| 28. | சின்னப்பூ சிற்றிடையாள் | 80 |
| 29. | எல்லோரும் பேசினார்கள் | 82 |
| 30. | உண்மையிது உறவுகளே! | 85 |
| 31. | சோதனை | 88 |
| 32. | பூச்சிமாயி பெத்த மக | 92 |

1. கருகிய அரும்புகள்

2004 ஆம் ஆண்டு கும்பகோணம் தீ விபத்தில் தன் பெண் குழந்தையைப் பறிகொடுத்த ஒரு தாயின் மனக்கொதிப்பு இங்கு வரிகளாகிறது.

முல்லக்கொடி போல
முள்ளங்கிப் பத்த போல

கர்ண மகராசன்
கையிருப்புப் பொன்னப் போல

வீதிக்கு எறங்கி வந்த
வெள்ளிநிலாத் துண்டப்போல

தங்கச் செலையப் போல
தாமரைப்பூ எதழப்போல

சீனிக் கற்கண்டு
என் செந்தூரப் பூச்செண்டு

செல்ல மொழிபேசி என்னச்
சொக்க வைக்கும் பொன்வண்டு

செவக்கி உடுத்தலியே!
செவ்வந்திப்பூ பூக்கலியே!

மஞ்சக் குளிக்கலியே!
மாமன் முகம் பாக்கலியே!

மஞ்சள் தாலி கட்டி
மஞ்சத்துல சேரலியே!

மாங்கா கடிப்பதுக்கு
மரிக்கொழுந்து ஏங்கலியே!

வாயும் வயிறுமாகி
வளகாப்புக் காங்கலியே!

பாதகத்திப் பாட்டியாக
பாழும் விதி கூடலியே!

தங்கச் சரடு ஒன்னு
தணல் பட்டு உருகிடுச்சே!

தகிக்கும் நெருப்புப் பட்டுத்
தாமரைப்பூ கருகிடுச்சே

சேத்துவச்ச செல்வமெல்லாம்
செல்லாக் காசாகிடுச்சே!
செல்லமா வளத்த கிளி
செத்து மடிஞ்சுடுச்சே!

கண்ணு முழிச்சிருக்கக்
கருவூலம் அழிஞ்சிடுச்சே!

கட்டிக் கரும்பு ஒன்னு
கருகி உதுந்துடுச்சே!

மாவில் விளக்கெரிச்சேன்
மடிப்பிச்ச நானெடுத்தேன்
மாசாணி கோயிலிலே
மஞ்சோறும் தின்னு வந்தேன்

துறந்தத் துறவியர்க்கும்
துக்கப்படும் ஏழைகட்கும்
தேதியொன்னும் தவறாம
தானமெல்லாம் செஞ்சு வந்தேன்

தெருஓரக் கல்லை எல்லாம்
தெய்வமுன்னேக் கும்புட்டேன்
தெய்வம் நம்மக் காக்குமுன்னு
திசையெல்லாம் தெண்டனிட்டேன்

ஈரம் எழந்த சாமி
எனக்குச் சோரம் எழச்சிருச்சே!

ஈன எழவுச் சாமி என்
ஈரக்கொல கிழிச்சுருச்சே!

பாவி பரந்த சாமி வச்சப்
படையலயே மறந்துருச்சே!

பின்னேரம் பசி எடுக்க எம்
பிள்ளக் கறி தின்னுருச்சே!

மனுசன் குத்தஞ் செஞ்சா
தெய்வத்துட்ட சொல்லிடுவேன்
தெய்வம் செஞ்ச குத்தமித
எங்கு சொல்லி நானழுவேன்?

●

## 2. ஈசனுக்கோர் விண்ணப்பம்

கற்றவர்க்குக் கண்ணளித்தாய்,
கண்ணளித்தத் திண்ணருக்குக்
கண்முன்னே விண்ணளித்தாய்,
சீர்காழிச் சிறுவருக்குப்
பொற்றாளம்தான் அளித்தாய்,
அப்பரவர் பாடிவிட்டால்
அத்தனையும் நீயளித்தாய்,
வாதவூர் அடிகளுக்குத்
தில்லையிலே வீடளித்தாய்,

பால்கேட்டப் பாலகர்க்குப்
பாற்கடலை ஈந்தவனே!

பாவியேன் வாடுகின்றேன்
பாரபட்சம் ஏனய்யா?

அள்ளியள்ளிக் கொடுத்ததனால்
ஏதுமில்லாமல் போனாயோ?

கொடுப்பதற்கு மனமின்றி
கடும் லோபியாகிப்போனாயோ?

கல்லோ? இரும்போ?
கனியாத காய்மனமோ?

மறுப்போ? வெறுப்போ?
என்மீதுதான் சினமோ?

தவறேதும் செய்தேனோ?
தவசிகளை வைதேனோ?

தாளாத பழிசுமந்து
தறிகெட்டுத் திரிந்தேனோ?

தாய் சாபம் ஏற்றேனோ?
தந்தையைப் பழித்தேனோ?

தானென்ற அகந்தையினால்
தர்கித்து அலைந்தேனோ?

கண்டித்த தாயும்
கணப்பொழுதில் அணைப்பாளே!

தாயுமான தத்துவனே!
தாய்க்குப் பாகம்தந்தவனே!

கறையுண்ட கண்டனே!
அடியாரின் தொண்டனே!

அடிமுடி அறியவொண்ணா
அண்ணா மலையானே!

தில்லையிலே நடம்புரியும்
சிற்றம் பலத்தானே!

வெயில்பட்டக் கீடமாய்
வெந்துமனம் துடிக்கின்ற

கடைபட்ட நாயேனைக்
கண்பார்க்க வேண்டுமையா!

மனமெனும் தோணிபற்றி
மதிகெட்டுப்போன எந்தன்

மனக்கவலை தீருமையா
மாமதுரை சொக்கநாதா!

●

## 3. பதிலோடு வருவாயா?

சுற்றம் இருந்திருந்தால்
விடுவாரோ சுடுகாட்டில்?

குற்றம் பல புரிந்தாய்
கூறிடுவேன் என் பாட்டில்

பிட்டைப் புசித்துவிட்டுப்
பிரம்படியைப் பகிர்ந்தளித்தாய்

பிள்ளைக்கறி கேட்டுப்
பெற்றவர்க்கு வலிகொடுத்தாய்

தருமிக்குப் பொருள் கொடுக்கத்
தமிழ்க்கவியை நீ ஒழித்தாய்

தாளாத தழல் எடுத்துத்
திரிபுரத்தை நீ அழித்தாய்

பட்டினத்தார் காத்திருக்கப்
பத்திரர்க்கு வீடளித்தாய்

பாலகனைப் பாதுகாக்கக்
கூற்றுவனை ஏன் மிதித்தாய்?

மலர்கொண்டு அம்புவிட்ட
மாரனையும் கொன்றுவிட்டாய்

மலைமகளைத் தூக்கிவந்து
மாமனாரை வென்றுவிட்டாய்

சிலந்திக்கும் வீடளித்தாய்
இச்சிறியேனை ஏன் வெறுத்தாய்?

அருட்பார்வை வேண்டுமென்று
ஆனந்தக் கவிபுனைந்தால்

ஒருபார்வை பார்த்துவிட்டு
அமர்ந்திடுவாய் அவ்விடத்தே

பழிதேடி வசைபாடி
உனைநாடிப் பாடிவைத்தேன்

பதிலோடு வருவாயா?
பாராளும் சொக்கநாதா.

●

**4. சிப்பி தொடா நித்திலமே!**

சிப்பி தொடா நித்திலமே!
சிற்ப உடல் அற்புதமே!

பாவலரும் பாடவொண்ணா
காவனத்துப் பூவனமே!

ஓவியனும் கீறவொண்ணா
ஒய்யார மானினமே!

தேன் பொதிந்தச்சொல்லினமே!
தேவருண்டக் கள்ளினமே!

பட்டினமே! சிட்டினமே!
நித்தமுந்தன் சொப்பனமே!

வட்டவிழிப் பார்வையினால்
வட்டெறிந்த வல்லினமே!

மேகவுடை போட்டுவந்த
மெலிதான மெல்லினமே!

இறைமறுப்பு வார்த்தை சொல்லும்
இனிதான இடையினமே!

மண்சுமந்த அண்ணலவன்
பெண்சுமந்த சேதியினை
நீயறியச் சொல்லவந்தேன்
கேளடி என் கோகிலமே!

மண்சுமக்கத் தோளுமுண்டு
பெண்சுமக்கும் நாளுமென்று
நித்திரையும் கெட்டதடி
இரணந்தீர்ப்பாய் இரத்தினமே!

ஏறெட்டுப் பார்க்காமல்
ஏக்கமது தீர்க்காமல்
ஏதுமற்ற ஏதிலியாய்
ஏங்கவிட்டப் பெண்ணினமே!

மோகமென்றும் முத்தமென்றும்
மெத்தையிலே யுத்தமென்றும்
விரகத்தில் விளிக்கவில்லை
காத்திடுவேன் கண்ணியமே.
சொல்லால் அடிபோட்டு
சொப்பனத்தில் முடிபோட்டு
அம்மி மிதித்தாங்கு
அருந்ததியும் நாம்பார்த்து
பஞ்சணையும் பலகடந்து
பவளவிழா கண்டபின்பும்
நீ காலணிந்தக் கொலுசொலிதான்
என் காதோர மோகனமே!

என்று பல கனவு கண்டு
ஏழையாகி இறங்கிவிட்டேன்.

முத்துநகைப் பெட்டகமே!
மூச்சுவிடும் சித்திரமே!

பிரம்மனவன் வித்தகமே!
எனைப் பேதலிக்க விட்டிடுமே!

பந்திமுடிந்த பின்பும்
பசித்து நிற்கும் என் மனதில்
பாவையுன்னைப் பலகாலம்
பதியம் போட்டு வைத்துவிட்டேன்

போட்ட விதை என்மனதில்
விருச்சமாகி நிற்குதடி

காற்றோ? பெருமழையோ?
காடழிக்கும் கொடுந்தீயோ?
ஆழிப்பேரலையோ?
அலியார் தம் செய்வினையோ?
ஏதோ விரைந்துவந்து
இவ்விருட்சத்தைச் சாய்க்காதோ?

செத்துப்பிழைக்குதடி மனம்
சரவெடியாய் வெடிக்குதடி

குத்திக்கிழிக்குதடி உள்ளம்
குமுறி அழுகுதடி

வெட்டவெளிப் பட்டிணமாய்
விரிந்திருந்த என்மனது

வெடிவிழுந்த ஈழமண்ணாய்
ஓலமிட்டுக் கத்துதடி

அரிசியென்று அள்ளிப்பார்க்க
ஆள்யாரும் இல்லையடி

உமியென்று ஊதிப்பார்க்க
உற்றவரும் இல்லையடி

பற்றிவிட்ட உன்நினைவோ
விட்டுப் போகுதில்லையடி

சப்பிவிட்டுச் செத்துப்போக
சைனைடும் இல்லையடி

ஏக்கப்பட்டு ஏக்கப்பட்டு
எத்தனைநாள் வாழுவது?

தூக்குப்போட்டுச் சாகுறேன்டி
துளிநேரம் பார்த்திடடி

●

## 5. அழகான கல்லறை

கல்லறையைக் காண இங்கே
கணக்கற்றக் கூட்டமாம்!

காதலின் சின்னமென்று
கண்ட பின்னே ஆட்டமாம்!

உலகின் வியப்பு என்று
உலகமிதைப் போற்றுமாம்!

உள்ளூர் கிழடுகட்கும்
சென்று காண நாட்டமாம்!

காதல் கிழத்திக்குக்
கட்டிவைத்தக் கல்லறையில்

வியப்பென்ன உள்ளதென்று
வீணர்களே! கூறிடுங்கள்

கல்லிலே கலை கண்ட
மல்லபுரம் வியப்பிலையோ?

கரிகாலன் கட்டிவைத்தக்
கல்லணையுன் நினைவிலையோ?

நிழல் படியாப் பெருவுடையார்
நினைக்கையிலே மலைப்பிலையோ?

அங்கயற்கண்ணி கோவில்
தமிழர்தம் சிறப்பிலையோ?

நெல்லையப்பர்கற்தூணின்
ஏழிசை கேள்!செவியிலையோ?

எண்ணிலா வியப்பு உண்டு
எம் தமிழர் நாட்டினிலே!

வடக்காண்ட துருக்கர் புகழ்
வரலாற்று ஏட்டினிலே!

வாளோடு வந்தவர்க்கும்,
வந்தேற வந்தவர்க்கும்
வாழ்விக்க வந்தவர்க்கும்,
வாக்கரிசி தந்தவர்க்கும்
வான் புகழைத்தந்துவிட்டாய்
வகையற்றத் தமிழினமே!

இடுகாட்டைப் போற்றுதற்கு
வட நாட்டு மக்களுண்டு

இருந்தமிழர் புகழ் போற்ற
எம்மினமே ஒன்றுபடு.

●

## 6. முதியோர் இல்லம்

கற்றறிந்த காளைகளே!
கதை சொல்கிறேன் கேளுங்கள்!

புலம்பல் என்று புறக்கணிக்காமல்
புண்ணியவான்களே கேளுங்கள்!

பக்கத்தில் ஆளில்லை ஆதலால்
பகிரியில் பகிர்கிறேன்
பண்பாளரே, கேளுங்கள்!

ஆறுபிள்ளைப் பெற்றவள்
ஆதங்கத்தில் கூறுகின்றேன்
அழாமல் கேளுங்கள்!

வயிற்றில் பூத்தப் பூக்களை எங்கள்
கண்களில் வைத்துக் காத்தோம்!

பூக்களை வாடவிடாமல் தேசங்கள் பல ஓடி
செல்வமும் நிறையச் சேர்த்தோம்!

உயரப்பூத்தப் பூக்களுக்காய்
மண்ணில் வேராய் வேர்த்தோம்.

காலவெள்ளம் கரை புரண்டதில்
பூக்கள் போனது காற்றோடு!

கைகளில் வைத்துத் தாங்குமென்
கணவரும் தனியே சென்றார் எமனோடு!

பூக்களை எண்ணி ஏங்கும் இம்மரம்
சாய்வது என்று மண்ணோடு?

பூக்களே! பூக்களே!
மரங்களை மறவாதீர்!

தனிமரம் தோப்பாகாதாம்
இனி யாரும் அப்படிச் சொல்லாதீர்கள்!

எங்கெங்கோ வாழ்ந்த மரங்களெல்லாம்
வேரோடு பிடுங்கப்பட்டு
ஓரிடத்தில் நடப்பட்டது
இதற்குப் பெயர் முதியோர் இல்லமாம்.

பூக்களே! பூக்களே!
காய்ந்து பட்டுப்போன மரங்கள் நாங்கள்
மண்ணில் சாய்வதில் கவலை ஒன்றுமில்லை

முதியோரில்லம் என்பது
வாழ்ந்து கலையிழந்த
தூரிகை வண்ணமல்ல!
இன்றைய தலைமுறையின்
அவமானச் சின்னம்!

பூக்களே! பூக்களே!
மரங்களை மறவாதீர்!

●

## 7. உழவுத்தொழில் காத்திடுவோம்!

வரப்போர மரங்களிலே
தூளிகளைக் காணவில்லை.

வாய்க்காலின் வழியோடும்
வாளை மீனைக் காணவில்லை.

நாவல்பழச் சேலைகட்டி
நட்சத்திரப்பாத்தி கட்டி
நாத்து நடக்காத்திருக்கும்
நங்கைகளைக் காணவில்லை.

காத்தோ, கனமழையோ
கணப்பொழுதும் சளைக்காமல்
வெள்ளாமை வீடு சேர்த்த
விவசாயி காணவில்லை.

மண்ணை மலடாக்கும்
மருந்துகளைத் தெளித்ததனால்
மகிமை பல தரவல்ல
மண்புழுக்கள் காணவில்லை.

அறிவியலில் வென்றதாக
ஆர்ப்பரிக்கும் வீரர்களே!

உழவுத்தொழில் காத்திடுவோம்!
உழவனையும் காத்திடுவோம்!

கணினியிலே பதிவிறக்கி
உணவுண்ணலாகிடுமோ?

காய்கறிகள் கணினியிலே
காய்த்துக் குலுங்கிடுமோ?

உழவுத்தொழில் காத்திடுவோம்!
உழவனையும் காத்திடுவோம்!

●

8. அழகே ஆரணங்கே!

அழகே உனைக்கண்டால்
நெஞ்சம் பஞ்சாய்ப் பறக்குதடி!

உன் அதரவரிகளிலே நெஞ்சம்
புதைந்து மடியுதடி!

அழகே ஆரணங்கே!
என் ஆருயிரும் ஆனவளே!

சிலையே சிற்றிடையே!
என் சித்தமெல்லாம் நிறைந்தவளே!

கலையே! கவியமுதே!
என் கண்தேடும் காரிகையே!

உயிரே! எனதுயிரே!
என் ஊனோடும் உறைந்தவளே!

உனை நான் கரம்பிடித்தால்
இவ்வுலகேழும்வாங்கிடுவேன்.

வெண்ணிலவைத் துண்டாடி
உன் முற்றத்திலே விளக்கெரிப்பேன்.

வானவரை வென்று உந்தன்
வாசலிலே காவல் வைப்பேன்.

கடலைத் திடலாக்கி
என் கண்ணீரில் முத்து செய்வேன்

மணலைக்கயிறாக்கி அந்த
வானவில்லை நிமிர்த்திடுவேன்

பொத்தாம் பொதுவாய் நீ
பொதுப் பார்வை பார்க்கையிலே

செத்தே போ! என்று
என் நெஞ்சமென்னைக் கெஞ்சுதடி!

கேளாமடந்தையே! - என்
கேள்விகளின் பதில் நீயே!

வேண்டிக்கிடைக்காத ஒரு
வேள்விப்பொருள் வேண்டி
நான் ஏங்கிஇளைத்துவிட்டேன்
என் ஆவி குலைத்துவிட்டேன்

வேண்டிக்கொடுப்பதற்கும் பின்
ஏங்கிப்பெறுவதற்கும் இது
மாற்றுப்பொருளும் அல்ல
வெறும் மயக்குறுமொழியுமல்ல

மருட்டும் உன் விழிக்கே
என் மனத்தைத் தொலைத்துவிட்டேன்
அதை எடுத்தது நீ என்றால்
உன்னிடம் கேட்பது நியாயமாடி!
என்னையே பார்க்கவில்லை
என் மனதையா பார்த்திருப்பாய்?

காலங்கள் மாறினாலும்
காணும் காட்சிகள் மாறினாலும்
கோள்களெல்லாம் மாறினாலும்
கொடும் கூற்றுவன் மாறினாலும்
என் காதலில் மாற்றம் இல்லை
என் வாழ்விலும் வாசம் இல்லை

பிறையொத்த நுதலழகி
மனம் பித்துப்பிடிக்குதடி

கயலொத்த விழியழகி
உடல் வற்றிக்கொதிக்குதடி

சொல்லாத காதலுடன்
முன் செல்லாத ஊர்செல்ல
கல்லாத கடையேன் நான்
இக்கணமே துணிந்துவிட்டேன்

உப்பில்லாப் பண்டமாய்,
உவப்பில்லா உயர்கவியாய்,
முழுகாதத் திருக்குளமாய்,
முணுமுணுக்காதத் திரைப்பாட்டாய்,
மெல்லாத வெற்றிலையாய்,
வேகாத வெஞ்சனமாய்,
வெறுத்தொதுக்கும் தெருநாயாய்,

அழுக்குற்று, கந்தலாகி, அடுப்புக்கரியேறி
தெருப்பட்ட பிடிதுணியாய்
நொந்துமனம் புழுங்குதடி

ஆயிரம்பேர் அமர்ந்திருக்கும்
அழகான சபைதனிலே
ஆடையற்று நிற்பதுபோல்
அழுது மனம் புலம்புதடி

போதுமடி!போதுமடி!
பொத்திவைத்த தேகத்தின் மேல்
புழுக்கள் வந்து சேரும் முன்னே
ஒரு பார்வை பார்த்திடடி!
ஒரு பார்வை பார்த்திடடி!
கடைவழிக்குத் தேவைப்படும்.

●

**9. காதலாகிக் கசிந்து**

கல்வியெனும் கடல்விழுந்து
தோய்ந்து பல நூலறிந்து

பற்றுவிட்டு முக்தி காணும்
வீடுபேற்றை விரும்பி நின்றேன்

நூல்விழுந்த கண்ணில் இன்று
நூலிடையாள் விழுந்துவிட்டாள்

நூல்நூற்ற சேலையது
வீடுபெற்ற வித்தையினை
கண்கொட்ட மறந்தே யான்
கணகாலம் பார்த்திருந்தேன்

சேயிழையும் பக்கம் வந்து
தன் செங்கமல வாய்திறந்தாள்

ஈசன் அன்று எரித்த மாரன்
இங்கு வந்து பிறந்துவிட்டான்

வீட்டாசை உள்ளிருக்க
விரும்பியவன் வெளியிருக்க
குதம்பையைப் படித்த மனம்
இன்று குத்தாட்டம் போடுதடி!

பண்டைய நாள் பழம் பாட்டும்
பதினெண் மேற்கணக்கும், கீழ்க்கணக்கும்
கண்ணியவள் கடைவிழியில்
காணாமல் போனதடி!

கண்ணிலே காந்தம் வைத்தான்
கன்னத்தில் கனகம் வைத்தான்
இதழிலே மதுவை வைத்தான்
இடைமட்டும் குறைத்தே வைத்தான்

ஏதேதோ வைத்த பிரம்மன்
இவளை இத்தனை நாள்
எங்கு வைத்தான்?

●

## 10. அவள் அழகி

பருத்திப்பூ ஒருத்தி
பட்டாடைஉடுத்தி வந்தாள்

பவளக்கொடி அவளும்
மகரக்குழை மாட்டிவந்தாள்

மந்தார தனவிளக்கு
மஞ்சள்பூசி குளித்துவந்தாள்

வேல்வீசும் விழியழகி
வெண்மயிலாய்ஆடிவந்தாள்

தேம்பி அழுகவிட்டாள்
தேகம் இளைக்கவிட்டாள்

பாரதியை பாடுமென்னை
பட்டினத்தார் ஆக்கிவிட்டாள்

கனவில் செய்த காதலுக்கு
எவளைச்சென்று நோகுவது

அலுவல் அங்கு குவிந்திருக்கு
இப்படியா தூங்குவது?

●

## 11. சொல்லாத காதல்

அத்தி பூத்திருக்க
அருங்காக்கை வெளுத்திருக்க

இலவங்காயெல்லாம் பருவம்
தொட்டுப் பழுத்திருக்க

பருதியவன் மேற்கினிலே
ஒளிவிட்டு உதித்திருக்க

பாட்டுத் திறத்தாலே
பாலைவனம் பூத்திருக்க

மேற்குத் தொடர்ச்சிமலை
மேருவோடு முத்தமிட

ஊமத்தம் பூச்சூடி
ஊர்ப்பெண்கள் கோலமிட

கால்கடுக்கக் காத்திருந்தேன்
கன்னியவள் வந்தாளே!

ஆவுதியாய் தகித்திருந்தேன்
அன்பெனும் நீர் தந்தாளே!

கந்தர்வ விழியழகி
கைவிரலால் தொட்டாளே!

கார்குழலைச் சரி செய்து
மனம் கசக்கி விட்டாளே!

கற்பனைக்கும் எட்டாத
கனவுலகில் விட்டாளே!

முரண்பாட்டுமூட்டை சொல்லி
முட்டாளாய் மாறிவிட்டேன்

ஒட்டாத உவமையிலே
உண்மையெல்லாம் தெளிந்திருக்கும்

எட்டாத காதலினால் பட்ட
ஏக்கம் புரிந்திருக்கும்

கற்றறிந்த உற்றோரே
சொல்லுகிறேன் கேட்டிடுங்கள்

அவள் கால்பட்ட மண்ணெடுத்து
எனக்கு வாய்க்கரிசி இட்டிடுங்கள்.

●

## 12. எல்லாம் உண்டு இங்கே

பழமைகளை மறந்து போன
பண்பட்ட மக்கள் இங்கே

காத்திருப்பின் சுவையறியா
கைபேசிக் காதல் இங்கே

முந்தித்தவம் கிடந்த
முதியோருக்கு இல்லம் இங்கே

மையத்தில் ஆட்சி கொண்ட
மதவாதக் கட்சி இங்கே

குடிநீரை விலைகொடுத்து
குடுவையிலே குடிப்பதிங்கே

குடிமறக்க சிகிச்சை இங்கே
குடிகொடுக்கும் அரசும் இங்கே

சாதிக்கொரு சங்கம் வைத்து
சழக்காடித் திரிவதிங்கே

சன் பிக்ச்சர் படம் எடுத்து
சரவெடியாய் வெடிக்குதிங்கே

சல்லாப நடிகை வந்தால்
சந்தியெல்லாம் கூட்டம் இங்கே

மெத்தப் படித்தவர்க்கு
மீடூவில் சண்டை இங்கே

ஆவியாதல் தடுக்கச்செய்யும்
அறிவார்ந்த அமைச்சர் இங்கே

சேக்கிழார் அருளிச்செய்த
இராமகாதை கிடைக்கும் இங்கே

சாமியார் போர்வைக்குள்ளே
ஜலக்கிரீடை நடக்குதிங்கே

மாண்டுவிட்ட முதல்வர்தம்
மரணத்தில் மர்மம் இங்கே

சிறையிருந்த ஏற்றம் சொல்ல
சிலகூட்டம் இருக்குதிங்கே

சீப்பட்டுக் கிடக்குதிங்கே
சில்வண்டாய் சப்தம் இங்கே
மானம் மலிந்ததிங்கே
மதிகெட்டுப் போனதிங்கே
மழுங்கச் சிரைத்ததிங்கே

வெளிச்சம் ஒன்று கிட்டுமென்று
விசகித்த மக்கள் இங்கே...

●

**13. நினைவுகள்**

கவர் பிளந்த மரத்துளையில்
கால்நுழைத்துக்கொண்டே
ஆப்பசைத்தக் குரங்கினைபோல்
அழுகுதடி நெஞ்சம்

காலத்தின் வஞ்சனையால்
கரம்பிடிக்க முடியா உன்
நினைவுகள் என் உள்ளூர
நனையுதடி மஞ்சம்

தூமொழி மடமான்
உன் துள்ளல் மொழிகேட்க
தூங்காத இரவுகளில்
சிந்தை என்னைக் கெஞ்சும்

தீங்கரும்பின் கட்டியைப்போல்
திருவுடலைக் கொண்டவளே!

என் உள்வலியைச் சொல்ல இங்கே
சொற்களுக்கும் பஞ்சம்

பற்றி எரியுதடீ!
பஞ்சணையும் கருகுதடீ!
நினைவில் துடிக்குதடீ!
நிழலும் எனைப்பழிக்குதடீ!

முண்டகத்தை யொத்த உந்தன்
முகஅழகை நினைத்துவிட்டால்
முள்ளிவாய்க்கால் குருதி எந்தன்
மூளையிலே வழியுதடீ!

மாதொருபாகன் எந்தன்
மனக்கவலை தீர்க்கவில்லை
நஞ்சிருந்தால் கொடுத்தனுப்பு
தீர்ந்துவிடும் இந்தத் தொல்லை

**குறிப்பு:**

தூமொழி மடமான் = தூய்மையான மொழி பேசும் இளமையான மான் போன்றவள்.

முண்டகம் = தாமரை

மாதொருபாகன் = சிவன்

**14. நிலவே! நித்திலமே!**

பண்டையொரு காலம்
பாய்ந்துவந்த பஃறுளியில்
நாவலந் தேயத்து
நன்னீர் பேராற்றில்
எந்தை முன்பிறந்தோர்
எழிலாய் வளர்த்தெடுத்த
தாயே! மூத்தவளே! எம்
தாய்மொழியாய் வாய்த்தவளே!
இளமையது குன்றாமல்
எவ்வுலகும் ஆள்பவளே!

உந்தன் அருளாலே உன்
சொற்கள் தானெடுத்து
கன்னல் மொழியமுதை
காந்தவிழிப் பெண்ணமுதை
மின்னல் ஒளிவாங்கி
மேனிகொண்ட தெள்ளமுதை

பண்ணில் சுவைகூட்டிப்
பாடலாக்க வேணுமம்மா!
என்னில் உறைந்தவளே
உன்னருளைத் தாருமம்மா!

**என்னவள் :**

ஓதிமப் பேடவள் ஒல்கிடும் சூடகம் - அது
ஒலித்திடும் வேளையே காதலின் நாடகம்
சேயிழைக் காலிலே பூட்டிடும் பாடகம் - அது
கட்டிலில் கூடயில் கூறிடும் பூடகம்

கள் அவிழ் கோதையின் கைத்தலம் பற்றி
புல் வரம்பறுத்துப் புள்ளினம் ஆகினேன்
செந்தமிழ் வெறியெனும் பித்தது முற்றி
கடுநடை மாற்றியான் எளிமையில் ஏகினேன்.

பாலில் குளித்து வந்த
பவளநிலா போலே
என் நினைவில் குதித்து - அவள்
நடனமிடு வாளே!

சுளையில் வெடித்து நிற்கும்
பருத்திப்பஞ்சைப் போலே
மெல்லிடையில் படைகூட்டி - எனைச்
சிறைபிடித்து விட்டாளே!

பேதை நடையழகை
பெண்மயிலின் இடையழகை
கோதை விரலழகை
கொத்துமலர்க் குழலழகை
பார்த்தாலே பசியடங்கும்
பாவையவள் விழியழகை
பட்டுநிலா இட்டுவந்த

வட்டநிலாப் பொட்டழகை
காமன்கணை விட்டுவந்த
கன்னியவள் கட்டழகை
தேனொத்த மொழியழகை
தெவிட்டாத நடையழகை
கோவை இதழழகை
கொங்கையதன் பேரழகை
கள்ளிச் சிரிப்பழகை
கதிர்மதிய நிறத்தழகை
முத்துப் பல்லழகை
முதிராத சொல்லழகை
எண்ணிப்பார்த்து அதை
எழுத்தில் வார்க்கையிலே
சங்கத்தமிழ் எழுந்து
சதிராடும் 'பா'க்களிலே

வலிமிகும் இடம் பார்த்து
வரிகளை யான் கோர்க்கையிலே
வலி மிகத் தந்துவிட்டுப்
பிரிந்தது ஏன் பெண்மயிலே?

கண்ணை இழந்தவன் போல்
கதறுதடி என்மனது
பொன்னை நிகர்த்தவளே!
புலம்புகிறேன் நான்அழுது

நீரின் வழிபட்ட
புணைபோல என்வாழ்க்கை
முன்னைப் பழவினையால்
முறைவழியே போனதடி!

உள்ளம் கொதிக்குதடி!
உன் நினைவு எனை எரிக்குதடி!
ஐயோ.... வலிக்குதடி!
நெஞ்சம் வெடிபோல் வெடிக்குதடி!

கதவிடுக்கில் விரல் நசிந்து
வீறிட்டு அழுவதுபோல்
காதலிலே தோற்ற மனம்
விசும்பித் துடிக்குதடி!

கவலைகளைச் சொல்ல இனி
சொற்களிங்கு இல்லையடி!
கல்லறைக்குள் புதைந்த பின்பும்
உனை மறப்பது இல்லையடி!

குறிப்பு:

நாவலந்தேயம் - குமரிக் கண்டத்தோடு இணைந்த இந்தியா
பஃறுளி ஆறு - குமரிக்கண்டத்தில் ஓடிய ஆறு
எந்தை - தந்தை
கன்னல் - கரும்பு
ஓதிமம் - அன்னப்பறவை
ஒல்கிடும் - அணிந்திடும்
சூடகம் - வளையல்
பாடகம் - கொலுசு
பூடகம் - மறைமுகமானது
கள்அவிழ்கோதை - தேன் நிறைந்த மலர் மாலையை அணிந்த பெண்.
புல் வரம்பறுத்துப் புள்ளினம் ஆகினேன் - (மனித) இழிநிலையை விடுத்து பறவை ஆகினேன்.
முறைவழியே - விதிவழியே.

### 15. குப்பை

சேருமிடம் சேராத
சுக்கிலமும் குப்பை

சேர்ந்ததனால் பிறந்துவந்த
பிண்டமிதும் குப்பை

கண்ணென்பார் கல்வியினை
கற்றதெல்லாம் குப்பை

கலங்கச் செய்த வறுமையினால்
இளமையெல்லாம் குப்பை

ஒட்டாத மனநிலையால்
தொட்டதெல்லாம் குப்பை

ஓய்வாகத் திரும்பிப்பார்த்தால்
வழி நெடுகக்குப்பை

ஒருநாளும் பார்த்ததில்லை
உயர்வான நட்பை

சொல்லாலே இழந்தேனே
உறவென்னும் வெற்பை

சொல் மாற்றிப்பேசியதால்
இழந்தேனே கற்பை

நான் மண்ணுக்கு வளம்சேர்க்கா
மக்காத குப்பை

எனை மெனக்கட்டு படைத்தாயே?
சொல்லேன் உன் தப்பை

இறைவா!
மீண்டும் நீ செய்யாதே
இது போன்ற தப்பை

### 16. தீபாவளி

எத்திக்கும் ஒளிரட்டும்
இருளெல்லாம் விலகட்டும்

மனமதனில் மகிழ்ச்சிப்பூ
மணம்வீசி மலரட்டும்

ஆற்றல் பெருகட்டும்
அகந்தை அழியட்டும்

ஆனந்தம் பெருக்கெடுத்து
அகிலத்தை நிறைக்கட்டும்

உள்ளம் உயரட்டும்
உறவெல்லாம் இணையட்டும்

பலகாரச் சுவையோடு
பாசமொன்றாய்க் கலக்கட்டும்

மரபோடு இல்லையென்ற
மறுப்பெல்லாம் கிடக்கட்டும்

செலவோடு வந்தாலும்
சிறப்பாக இருக்கட்டும்

பண்புதனைக் கெடுத்து விடும்
பகையெனும் நோய் அழியட்டும்

அன்பெனுமோர் பிரளயம் வந்து
அகிலம் அதில் முழுகட்டும்

வேட்டுகளில் மகிழ்ச்சியில்லை
வறியோர்க்கு உதவிடுவோம்!

வருங்காலம் நமைப்போற்றும்
வளமோடு வாழ்ந்திடுவோம்!

●

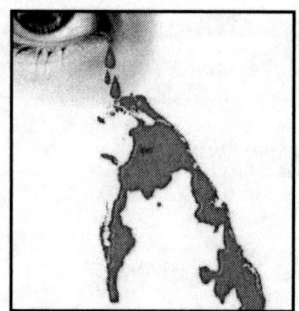

**17. பார்த்தார்கள்! பார்த்தார்கள்!**

இவ்வுலகில் அனைவரையும்
உறவெனவே பார்! என்று உணர்த்த
உலகம் என்ற சொல்லுக்கும்
'பார்' என்று பெயர்தந்தான்
பண்டைய தமிழன்

பார்த்தார்கள்! பார்த்தார்கள்!

ஊனாட உயிராட யாம்
பங்கருக்குள் கிடந்தபோது
மானாட மயிலாட
மகிழ்ச்சியோடு பார்த்தார்கள்!

அம்மணமாய் நிற்கவிட்டு
ஆண்குறிகள் அறுக்கப்பட்டு
தேசம் உனதில்லையென்று
தெருவில் எம்மை எறிந்தபோது

தேனான நடிகைகளின்
தில்லானா பார்த்தார்கள்

பொத்திவைத்த தேகத்தை
புத்தன் ஆசை தின்னயிலே
புதுப்படங்கள் சிறப்பென்று
புன்னகைத்துப் பார்த்தார்கள்!

எம்மினம் இருக்குதென்று
இரந்து நாங்கள் வந்தபோது
ஈழத்து அகதியென்று
இழிவாய்த்தான் பார்த்தார்கள்!

சூழ்ச்சிசெய்து பார்த்தார்கள்!
ஆட்சிசெய்து பார்த்தார்கள்!
வேசியாக்கிப் பார்த்தார்கள்!
வெட்டிவெட்டிப் பார்த்தார்கள்!

எம் தலைவர் வழிநின்று
எம்மவர்கள் எழுச்சிகொண்டு
சிங்கத்தின் பிடரியிலே
புலிக்கொடிகள் ஊன்றிநின்று
தேசமெல்லாம் புலிக்கொடிகள்
பூப்பூவாய்ப் பூத்திருக்கும் வேளையிலே

பார்ப்பார்கள்! பார்ப்பார்கள்!

சிரம் மேல் கைகுவித்து
வியந்துநின்று பார்ப்பார்கள்!

புலிகளெல்லாம் வென்றதென்று
பூரித்துப் பார்ப்பார்கள்!

**18. நாங்களும் தமிழர் தாங்க**

குற்றால மலையமர்ந்த
குறும்பலா நாதருக்கு
முக்காலும் இடமிருக்கும்
உத்தமியே! கேளுமம்மா...

மண்ணப் பறிகொடுத்து,
மகனப் பறிகொடுத்து,
மஞ்சத் தாலியோட
மானம் பறிகொடுத்து,
கள்ளத்தோனியில
காசப் பறிகொடுத்து,
கடலக் கடந்து வந்தோம்
பல உசுரப் பறிகொடுத்து.

வந்தாரை வாழ வைப்போம்!
வக்கணையா கதைச்சாக
தொப்புள் கொடி ஒறவு என்று

கவிதையெல்லாம் வடிச்சாக
எம்மினத்தைக் காத்திடுவோம்!
கொடியத் தூக்கிப் புடிச்சாக
உண்ணாவிரதம் இருப்போமுன்னு
படுத்துக்குட்டு நடிச்சாக

முட்டுகிற கூரை வச்சு,
முகாமுன்னு மூடி வச்சு,
ஆழ்ந்த இரங்கல் வச்சு,
அடிக்கடி வந்து ஆய்வு வச்சு,
ஆர்பாட்ட அரசியலில்
எங்களையும் குந்தவச்சு,
ஆட்டிப் படைக்கிறீக
அகதின்னு பேரு வச்சி

குடியேரி இங்க வந்தும்
தாய் மண்ண மறக்கலியே!
எம்மண்ணை மிதிப்பதற்கு
வழியொன்னும் பிறக்கலியே!

கதிர்காமம் முருகா!
உன் மூடிய கண் தெறக்கலியே!
கண காலம் வாழ்ந்தும் இங்கே
குடியுரிமை கெடக்கலியே!

பகுத்துண்டு வாழ்வோமுன்னு
பல்ல இளிக்காதீங்க!

யாவரும் கேளிருன்னு
எரிச்சலக் கெளப்பாதீங்க!

வாடிய பயிரைக் கண்டு வாடிய
இனம்தான் நீங்க!
வாழ்விழந்து வந்து நின்றோம்
நாங்களும் தமிழர்தாங்க!

பழந்தமிழர் மரபையெல்லாம்
அடியோடு அழிக்காதீங்க!

பண்பட்ட மாந்தரானால்
அகதின்னு விளிக்காதீங்க!

சொந்த மண்ணை இழப்போமுன்னு
வரத்த வாங்கிப் பிறக்கலீங்க!
இந்த நிலை வாய்க்குமுன்னு
கனவுலையும் நெனக்கலீங்க!

கூடுதல் வேலை செய்தும்
கூலியக் குறைக்கிறீங்க!

நாங்களும் மனிதர்தானே
நாய் போல ஏங்கொரைக்கிறீங்க!

அகதின்னு பேரப் போட்டு
ஆதார் அட்டை குடுக்குறீங்க!

அரசாங்க வேலைக்காக
எத்தனை பேர எடுக்குறீங்க!

உலகெங்கும் பல நாட்டில்
எம்மினம் பொழைக்கிதுங்க!
கொஞ்ச காலம் வாழ்ந்து விட்டால்
குடியுரிம குடுக்குதுங்க!

அறம் செய்ய விரும்பு என்று
ஔவை பாட்டு இருக்குதுங்க!

அறத்தோடு வாழ்ந்தீங்களா?
அருவருப்பா இருக்குதுங்க

## 19. கண்ணுடையர் என்பவர் கற்றோர்

(இலக்கியத்தில் இடம்பெற்றப் பாடல்களின் சில வரிகளைப் பயன்படுத்தி, அதை ஒரு கவிதையாக்கி, அதனைத் திருக்குறளுக்கு உரையாக்க வேண்டும் என்று முயன்றுள்ளேன். முடிந்தவர்கள் ஒவ்வொரு பத்தியும் எந்த இலக்கியத்திலிருந்து எடுத்துக் கையாளப் பட்டுள்ளது என்பதை அறிந்து இந்தக் கவிதையை சுவைக்க முயலுங்கள்.)

வெள்ளம் அழிப்பதுண்டு
வெந்தணலில் வேவதுண்டு
அழிவில்லாப் பொருளே! என்று
அவனியிலே ஏது உண்டு?

பாந்தள் வாய்ப் பற்றியதால்
படபடக்கும் தேரையைப்போல்
படிக்காத மாந்த வாழ்வு
பாழ்பட்டுப் போனதுண்டு!

கல்லாத மாந்தரெல்லாம்
கவர்பிளந்த மரத்துளையில் கால்தனையே நுழைத்திருந்து
ஆப்பசைத்தக் குரங்கினைப்போல்
அழுதகதைக் கோடியுண்டு!

மண்ணாளும் மன்னருக்குத்
தம் மண்ணில் மதிப்பு உண்டு
மாசறக் கற்றவர்க்கே
செல்லிடத்தில் சிறப்பு உண்டு!

கடலுக்குக் கரைகள் உண்டு
கற்பவர்க்கும் பிணிகள் உண்டு
அன்னம்போல் அறிந்திடவே
அறிவார்ந்த நூட்கள் உண்டு!

கற்றாரை யான் வேண்டேன்
கற்பனவும் இனியமையும்
குற்றாலத்தீசருக்கே
குறைபட்டு உரைத்ததுண்டு!

கல்வியெனும் பல்கடலில்
பிழைத்து வந்த பெருமகனார்
சிந்துகின்ற சொற்களிலே
சித்தாந்தப் பொருளுமுண்டு!

அன்னசத்திரம் ஆலயம் என்று
தொண்டுகள் பலவும் செய்வதும் உண்டு
ஆங்கோர் ஏழைக்கு எழுத்தறிவித்தால்
குவிந்திடும் புண்ணியம் கோடியில் உண்டு!

பாரதி பாட்டில் கடவுளர் உண்டு
கற்றவர் பலரும் முரண்பட்டதுண்டு

கடவுளைக் காட்டிலும் கல்வியை உயர்த்தும்
பாரதி பாட்டில் தீப்பொறி உண்டு!

பிச்சைப் புகினும் ஆங்கே
கற்பதுவே நன்று என்று
அதிவீரராமன் பாடல்
அழகாக உரைத்ததுண்டு!

மம்மர் அறுப்பதற்கு
மருந்தாகும் கல்வியென்று
நலம்மிக்க நாலடியார்
நயத்துடனே நவின்றதுண்டு!

உற்றுழி உதவி செய்து
உறுபொருள் தனையும் தந்து
பிற்றை நிலை முனியாது
கற்பதுவே நன்று என்று
ஆரியப்படை கடந்த
பாண்டியரின் பாடல் உண்டு!

சாதி மதங்களையும்
சாத்திரக் குப்பையையும்
சாக்கடைப் பொருளாயாக்கிச்
சங்கூதிப் புதைப்பதற்கு
பாத்திரப் பொருளாய் இன்று
படிப்பொன்றே இருக்குதென்று
படித்தவர்கள் சொல்லி வைத்தச்
சொற்களிலே உண்மையுண்டு!

இல்லாத வீடெல்லாம்
இருண்ட வீடாவதில்லை
கல்லாத வீடதனில் காரிருளே சூழுமென்று

பாவேந்தர் பாடலிலே
பக்குவமாய்ப் பகிர்ந்ததுண்டு!

கற்றறிந்த மாந்தருக்கே முகத்தில்
கண்ணிரண்டு இருப்பதுண்டு
கல்லாத மாந்தருக்கு முகத்தில்
புண்ணென்றே உரைப்பதுண்டு!

கண்ணுடையர் என்பவர் கற்றோர் முகத்திரண்டு
புண்ணுடையர் கல்லா தவர்.        - குறள் : 393

பொருள் :
கண்ணில்லா விடினும் அவர் கற்றவராக இருப்பின் கண்ணு டையவராகவே கருதப்படுவார். கல்லாதவருக்குக் கண் இருப் பினும் அது புண் என்றே கருதப்படும்.

●

## 20. பரந்து கெடுக

வானத்துப் பறவைக் கெல்லாம்
வலச போகத் தெரியுதடீ!

வண்டினமும் வகைவகையாத்
தேன் பருகித் திரியுதடீ!

வாயில்லா சீவனெல்லாம்
கால்நடையா மேயுதடீ!

வக்கத்தக்குக் கல்கூட
எறையெடுத்துப் பாயுதடீ!

எலி தனக்கு வலையிருக்கு
எறும்பினுக்கும் புத்திருக்கு
நத்தைக்குக் கூடிருக்கு
நண்டுக்கும் பொந்திருக்கு

ஆமைக்கும் ஓடிருக்கு
அரணைக்கும் வாழ்விருக்கு

கருநாகம் குடியிருக்க
கறையர்ந் தந்தப் புத்திருக்கு
காக்காக் குருவியெல்லாம்
கூடு கட்டிக் கூடியிருக்கு.

கல்லுக்குள் தேரைக்கும்
கருப்பையில் பிள்ளைக்கும்
உள்ளுக்குள் இருக்கையிலே
உணவெல்லாம் கெடச்சிருக்கு

ஆத்து மீனெல்லாம்
அழுக்குதின்னு பொழைச்சிருக்கு
ஈறு பேனெல்லாம்
மண்ட ரெத்தம் குடிச்சிருக்கு
மாட்டு மேல ஒட்டி
உண்ணியெல்லாம் பெருத்திருக்கு
மாட்டுச்சாணி கூட
புழுக்களுக்குப் புடிச்சிருக்கு

குடிக்கக் கஞ்சி இல்ல,
குந்த ஒரு தாவுமில்லை
ஒண்டக் குடுச இல்ல,
உடுப்புதானே பெருத்தத் தொல்ல.

பறவையெல்லாம் ஆட கட்டிப்
பாத்தவுக யாருமில்ல
விலங்கெதுவும் உடுப்பெடுத்து
உடுத்திக் கலைச்சதில்ல
மேனியில மொளைச்சதுவே

உடையா இருந்திருந்தா
ஏழ மனுசனுக்கு
எந்நாளும் துன்பமில்லை.

பாடமெடுத்ததில்ல
பறக்கச் சொல்லிக் குடுத்ததில்ல
பசிச்சிப் பறக்குதய்யா
பாதகத்தி பெத்தபுள்ள.

ஒலையக் கொதிக்க வச்சு
அரிசியள்ளிப் போடும் முன்ன
அடுப்ப யாரு பத்தவச்சா
பாவிமக வயித்துக்குள்ள.

மாடா வேல செஞ்சி,
மலை மேல கல்லொடைச்சி,
காரவீட்டார் பிள்ளைக்கெல்லாம்
கால்கூட கழுவி விட்டு
செருப்பா சேவ செஞ்சி
செல நூறு தாறேனுங்க
பசிய மறந்திருக்க ஒரு
மருந்திருந்தா தந்திடுங்க.

கருவோடு வந்த பிள்ளை
பசியோடு கத்துதையா!
திருவோடு நானெடுத்து
தொருவோடு நிக்கிறேய்யா!

மண்ணுலகில் மக்களுக்கு
வாழ்க்கை முறையையெல்லாம்
அனைவருக்காய் ஆக்குவது
ஆண்டவனோ! ஆள்பவனோ!

ஆக்கங்கெடுத்தவர்கள்
அலமந்து அலைந்திடுங்கள்
அலைய மனம் இல்லையென்றால்
அடிமாண்டு தொலைந்திடுங்கள்.

இரந்தும் உயிர்வாழ்தல் வேண்டின் பரந்து
கெடுக உலகியற்றி யான்.         - குறள் : 1062

பொருள் :

உலகத்தை படைத்தவன் உலகில் சிலர் இரந்தும் உயிர் வாழுமாறு ஏற்படுத்தியிருந்தால், அவன் இரப்பவரைப் போல் எங்கும் அலைந்து கெடுவானாக.

●

21. இவள் தானா தமயந்தி?

**தலைவன்கூற்று :**

திக்கெல்லாம் நீயானால்
திகம்பரனாய் நானிருப்பேன்

திருமுறையே நீயானால்
தேவாரப் பாட்டிசைப்பேன்

ஆய்மயிலே பெண்ணானால்
அருங்குறளில் சொல்லெடுப்பேன்

அருந்தமிழே நீயானால்
ஐயோ... நான் ஏதுரைப்பேன்?

சிற்றிடையில் சீதையவள்,
சிலம்பணியா கண்ணகியாள்

கல்கி சொன்ன காவியத்தில்
காந்தவிழி நந்தினியாள்

காளிதாசன் நாடகத்தில்
சாபம் பெற்ற சகுந்தலையாள்

கண்ணதாசன் பாடல்களில்
கண்வளரும் கண்மணியாள்

பார்த்தாலே பற்றிடுதே
பருவத்தில் மோகத்தீ!
சொல்லப்பா புகழேந்தி
இவள்தானா தமயந்தி?

பண்டோர் கம்பன் பாரதிதாசன்
பாக்களின் தேன் இவள் இதழ்களில் உளதோ?

பாவலரேறு பாக்களில் இவளை
கனிச்சாறென்று கதைப்பதும் பழுதோ?

பாரதி பாட்டின் கந்தகமெல்லாம்
காரிகை இவளின் கண்களில் உளதோ?

பரிமேலழகன் உரை தடுமாறும்
கருங்குழல் செவ்வாய் அழகி நீ எனதோ?

இறந்தவர்க்குப் பிறப்பு இல்லை
சித்தர் பாடல் உள்ளதே!
சித்திரத்துப் பதுமை உன்னைச்
சித்தர் கண்டால் நல்லதே!

உன்னை யானும் கூடும்போது
கோடியாண்டு வாழ்கிறேன்
உனைப் பிரிந்த போதிலெல்லாம்
கூடுவிட்டுச் சாகிறேன்.

வாழ்தல் உயிர்க்கன்னள் ஆயிழை சாதல்
அதற்கன்னள் நீங்கும் இடத்து.    - குறள் : 1124

பொருள் :

ஆய்ந்து தேர்ந்த அரிய பண்புகளையே அணிகலனாய்ப் பூண்ட ஆயிழை என்னோடு கூடும்போது, உயிர் உடலோடு கூடுவது போலவும், அவள் என்னை விட்டு நீங்கும் போது என்னுயிர் நீங்குவது போலவும் உணருகிறேன்.

●

## 22. ஓடி வந்து தாலி கட்டு

**தலைவியின்கூற்று :**

வட்டக் கரியவிழி வாவென்று
அழைக்குதைய்யா!
சிட்டை நிகர்த்த மனம்
சீறிப் பறக்குதைய்யா!

உன் மீசையிலே ஊறி நிற்கும்
ஒரு வியர்வைத் துளியாக
பாதகத்திப் பாழும் மனம்
பஞ்சாய்ப் பறக்குதைய்யா!

மேளம் முழங்கயிலே
மெட்டி ஒன்று மாட்டச்சொல்லி
கட்டைவிரல் பக்கத்திலே
கண்ணீர்க் கசியுதைய்யா!

மல்லிக்கொடி உடலில்
மகுளி பரவுதைய்யா!

மாமன் உன்னக் காணாமல்
கொண்டைப்பூக் கருகுதையா!

நெஞ்சம் வலிக்குதையா! உன்
நினைவு என்னைக் கிழிக்குதையா!

கருமி ஒளித்து வைத்தக்
கருவூலம் அழிந்தது போல்
கள்ளச்சிறுக்கி மனம்
கதறித் துடிக்குதையா!

உன்னைப் பிரிந்தால்தான்
உயிர் வலியை உணருதையா!
குருணை மருந்து தேடி
குந்தாணிக் கால் திரியுதையா!

மரகத மார்பு மேலே
மஞ்சள் முகம் சாய்வதற்கு
மாதம் என்று கூடுமென்று
மரிக்கொழுந்து வதங்குதையா!

கண்ணில் நீ இருப்பதனால்
கண்ணுக்கு மை இடுவதில்லை
ஓடிவந்து தாலி கட்டு
வாழும் இந்த சாதிமுல்லை.

(மகுளி = செடி கொடிகளில் பரவும் ஒரு அரக்கு நோய், குருணை = பூச்சிக்கொல்லி, குந்தாணி = வாய் அகன்ற ஏனம், பெண்ணைக் குறிக்கும் போது வாயாடி எனக் கொள்க)

கண்ணுள்ளார் காதல வராகக் கண்ணும்
எழுதேம் கரப்பாக்கு அறிந்து.    - குறள் : 1127

உரை : எம் காதலர் கண்ணினுள் இருக்கின்றார், ஆகையால் மை எழுதினால் அவர் மறைவதை எண்ணிக் கண்ணுக்கு மையும் எழுத மாட்டோம்.

## 23. சிட்டின் சிறகெடுத்து செய்து வைத்த இடை

**தலைவியின் கூற்று :**

மஞ்சள் முகமென்றும்
மகிழம்பூ மணமென்றும்
சிட்டின் சிறகெடுத்து
செய்து வைத்த இடையென்றும்

பல்லை முத்தென்றும்
என்பணி மொழி உன் சொத்தென்றும்
சொன்னாலே வாய்மணக்கும்
நடராசப் பத்தென்றும்

போதகத்தை யொத்த உந்தன்
பொற்புடையத் தடந்தோளில்
மேதகத்தை யொத்த உன்னைப்
புடமிடும் நாள்வருமென்றும்

மூரல் முகையென்றும்
மூக்குநுனி அகிலென்றும்
கச்சணிந்த கொங்கை ரெண்டும்
காமன் விட்ட மலரென்றும்

கன்னல் சாறெடுத்து
கற்கண்டின் பொடி சேர்த்து
கம்பன் தமிழோடு
காய்ச்சியபால் படி சேர்த்து
பாரிமன்னன் ஆண்டு வந்தப்
பறம்பு மலைத்தேனுடனே
முப்பழமும், நற்கனியும்,
உள்நாட்டுச் சர்க்கரையும்
கூட்டிக் கொதிக்க வைத்து
குவளையிலே குடித்தாலும்
உன் முத்தச்சுவை எதிரில் அது
பிச்சை எடுக்கும் என்றும்

பஃறுளி ஆற்றினிடைப்
பண்பட்டத் தமிழெடுத்துப்
பாவை என்னைப் பாடிய
அக்காதலரென் நெஞ்சில் உள்ளார்.

சுவையாக உள்ளதென்று
சூடான உணவையுண்டால்
நெஞ்சில் உள்ளவர்க்கு
சுள்ளென்று சுடுமல்லோ?

என் பார்வையிலே பூத்தவுடல்
வேர்வையிலே வாடுமல்லோ?

என்னைச் சுட்டாலும் உணவை
இனிச்சூடாக உண்பதில்லை

வற்றாதக் காதல் உண்டு
இது பெரியச் சிக்கல் இல்லை.

**குறிப்பு :**

பணிமொழி = மெல்லியமொழி

நடராசப்பத்து = மணவை முனுசாமி அவர்கள் சிவன் மீது இயற்றிய பாடல்கள்

போதகம் = யானை

பொற்பு = அழகு

மேதகம் = கோமேதகம், நவரத்தினங்களில் ஒன்று

மூரல் = புன்சிரிப்பு

முகை = மலரின் ஒரு பருவம்

அகில் = மணப்பொருள்

கச்சணிந்த கொங்கை = கச்சு என்ற அணிகலன் அணிந்த மார்பு.

கன்னல் = கரும்பு

பிச்சை = இரத்தல்

பஃறுளிஆறு = குமரிகண்டத்தில் (லெமூரியா) ஓடிய ஒரு ஆறு.

நெஞ்சத்தார் காத லவராக வெய்துண்டல்
அஞ்சுதும் வேபாக் கறிந்து. - குறள் : 1128

உரை :

எம் காதலர் நெஞ்சினுள் இருக்கின்றார், ஆகையால் சூடான பொருளை உண்டால் அவர் வெப்பமுறுதலை எண்ணிச் சூடான பொருளை உண்ண அஞ்சுகின்றோம்.

•

## 24. சொற்களுக்குள் தேனை வைத்தான்

**தலைவியின்கூற்று :**

கண்ணிலே கண்ணி வைத்தான்
கன்னி என்னைச் சிக்கவைத்தான்

கள்ளச் சிரிப்பாலே
காதல் தீயைப் பற்றவைத்தான்

சொற்களுக்குள் தேனை வைத்தான்
சொல்லில் என்னைச் சொக்கவைத்தான்

செண்பகப்பூ நிறத்தழகன்
எனைச் செக்குமாடாய்ச் சுற்றவைத்தான்

மூச்சில் அகில் மணக்கும்
முக அழகோ நிலவொளிக்கும்
முத்தச் சுவையறிய
நெஞ்சினுள்ளே முழவொலிக்கும்

மார்பில் சுருண்டிருக்கும்
முடியென்ற புல்வெளியில்
விரலால் நடனமிட
விம்மி மனம் படபடக்கும்

தலை மயிரின் வேர்க்காலும்
தாழம்பூ மணம் மணக்கும்
தங்க உடல் சாய்வதற்கு
தடமுலைகள் துடிதுடிக்கும்

புருவம் சுருக்கி அவன்
புதுப்பார்வை பார்க்கையிலே
புதிதாய்ப் பிறந்ததுபோல்
புலனைந்தும் சிலுசிலுக்கும்

ஈனச்சிறுக்கி உன்னை
நினைத்து உருகுறேனே!
ஈட்டி புண்ணில் பாய்ந்ததுபோல்
ஈரக்குலை நடுங்குறேனே!

கண்ணில் நீ உள்ளதனால்
கண்ணை நான் இமைப்பதில்லை
உறங்காத அழகை என்று
ஊரும் என்னை உரைப்பதில்லை

உன்னால்தான் இந்த நிலை
பகர்வதற்கு எதுவுமில்லை
அன்பற்றோன் நீ என்ற
பழிப்புரை நான் பொறுப்பதில்லை.
இமைப்பின் கரப்பாக்கு அறிவல் அனைத்திற்கே
ஏதிலர் என்னும் இவ்வூர். - குறள் - 1129

உரை : கண்ணுக்குள் இருக்கும் காதலர் மறைவார் என அறிந்து, கண்ணை இமைக்காமல் இருக்கின்றேன்; அதற்கே இந்த ஊர் தூக்கமில்லாத துன்பத்தை எனக்குத் தந்த அன்பில்லாதவர் என்று அவரைக் கூறும்.

25. மோகம்வந்துதாழ்திறக்கும்

**தலைவியின் கூற்று :**

மறவனப்பில் பயின்ற ஒரு
மாமன்னன் போன்றவனே!

மங்கை எந்தன் முன்வந்து
மதுகையுடன் நின்றானே!

'கள்'ளளிக்கும் வெறி கிடைக்கும்
கட்டழகன் பார்வைபட்டால்

புல்வெளிக்கும் நிறம் கிடைக்கும்
பொன்மகன் தன்பாதம் பட்டால்

புருவத்தை வில்லாக்கி
பொன்விழியை அம்பாக்கி
பார்வையென்னும் பூங்கணையால்
பாவை என்னைப் பூக்கவைத்தான்

அவன் கன்னக்கதுப்பு கண்டால்
என் கண்களுக்கும் ஒளி கிடைக்கும்

அவன் மூச்சு எந்தன் மேனி தொட்டால்
என் மோகம் வந்து தாழ் திறக்கும்

முத்துப்பல் தெரிய
செவ்விதழோன் சிரிக்கையிலே
செத்துக் கிடந்த மனம்
சில்வண்டாய் சிறகடிக்கும்

அவன் நெற்றியிலே உருண்டோடும்
ஒரு வியர்வைத் துளிகூட
பத்மநாபர் தீர்த்தமென்றே
பாழும் மனம் பரிதவிக்கும்

போதகத்தின் மருப்பெடுத்துப்
புடம் போட்டப் பொன்மார்பில்
பொன் திணித்த கொங்கை ரெண்டும்
துஞ்சிடவே துடிதுடிக்கும்

கட்டி அணைத்ததையும்
காதல் மொழி கதைத்ததையும்
இடையை வளைத்ததையும்
இதழில் மது குடித்ததையும்
எண்ணிப் பார்த்து அதை
எழுத்தில் கோர்க்கையிலே
அங்கம் சிலுசிலுக்கும் என்
அணுக்களெல்லாம் குறுகுறுக்கும்

பொருளீட்டப் போனவரைப்
பிரிந்து யானும் வாடவில்லை

உள்ளத்தில் அவர் இருக்க
ஊர்ப் பேச்சோ தாங்கவில்லை.

குறிப்பு :

மறவனப்பு = இதிகாசம்
மதுகை = வலிமை
போதகம் = யானை
மருப்பு = தந்தம்

உவந்துறைவர் உள்ளத்துள் என்றும் இகந்துறைவர்
ஏதிலர் என்னும் இவ்வூர்.          - குறள் : 1130

உரை :

என்னவர் எப்போதும் என் நெஞ்சிற்குள்ளேயே மகிழ்ந்து இருக்கிறார். இதை அறியாத உறவினர் அவருக்கு அத்தனை அன்பு இல்லை என்கின்றனர்.

26. உடலும் உயிரும்

மெல்லிடையாள் அருகிருந்தால்
என் மேனியெல்லாம் அமுதூறும்

கள்ளியவள் பார்வைப் பட்டால்
கட்டுத்தறிக் கவி பாடும்

பிறை நிலவை வார்த்தெடுத்து
அவள் நுதலழகைச் செய்தானோ!

ஓதிமத்தின் இறகெடுத்து
அவள் ஈரிதழைச் செய்தானோ!

தரளம்தான்
தனமிரண்டும் பவளம்தான்

நித்திலம்தான்
சிற்பவுடல் அற்புதம்தான்

*அவளோடு கொண்ட நட்பை*
*எப்படியான் எடுத்துரைப்பேன்?*

*அகுதையும் அசுணமா*
*என்றாலும் பொருந்தாவே!*

*உடம்பொடு உயிர் கொண்ட*
*உறவன்றோ எம் உறவு!*

உடம்பொடு உயிரிடை என்னமற் றன்ன
மடந்தையொடு எம்மிடை நட்பு. *- குறள் : 1122*

*உரை :*

இம் மடந்தையோடு எம்மிடையே உள்ள நட்பு முறைகள், உடம்போடு உயிர்க்கு உள்ள தொடர்புகள், எத்தன்மையான வையோ அத்தன்மையானவை.

*குறிப்பு :*

'அகுதை' என்ற பாண்டிய மன்னன் யாழ் மீட்டினால் 'அசுணமா' பறவைகளெல்லாம் கூட்டம் கூட்டமாக வந்து அவனோடு விளையாடும். அப்பறைவைகள் மீது பேரன்பு கொண்டவன் அகுதை.

●

27. எந்தன் வெண்மதியே!

அவள் நெறிந்த
கருங்குழலைப் பார்த்துவிட்டால்
கருத்தக் கார்முகிலும்
கணப்பொழுதில் மழையாகும்

அவள் சுழித்த இதழழகை
இரவியது பார்த்துவிட்டால்
உதித்த இளம்பரிதி
உதிர்ந்து விழும் மலராகும்

மரகதமாய்க் கிறங்கவைக்கும்
மந்தார வனப்பு கண்டு
வெண்ணிலவு இறங்கி வந்து
அவள் வீட்டுக்குள்ளே விளக்காகும்

வேள்விப் பயனாக வாய்த்த
எந்தன் வெண்மதியே!

கண்ணுள்ளே வைத்துன்னைக்
காத்திடுவேன் கண்மணியே!

பாவைதனை அறிய வைத்த
கண்மணியின் பாவாய் நீ!
என்னவளை இருத்த வேண்டும்
இடமளித்து போவியோ நீ?

கருமணியிற் பாவாய்நீ போதாயாம் வீழும்
திருநுதற்கு இல்லை இடம். - குறள் :1123

உரை :

என் கண்ணின் கருமணியில் உள்ள பாவையே நீ போய் விடு, யாம் விரும்புகின்ற இவளுக்கு என் கண்ணில் இருக்க இடம் இல்லையே!

●

## 28. சின்னப்பூ சிற்றிடையாள்

துடிபழிக்கும் இடையுடையாள்
துவண்டடிக்கும் சடையுடையாள்
கன்னப்பூ மாட்டி வந்தச்
சின்னப்பூ சிற்றிடையாள்

மாம்பிஞ்சுக் கொலுசணிந்து
மாதுளங்காய் மாலையிட்டு
காரைப்பூ அட்டிகையும்
கடிகையொடும் கண்டசரம் காப்புடனே
மாலையிலே மையலிடும்
மதிமுகத்தாள் வனப்பு சொல்ல
மந்தார இலை எடுத்து
மாண்டவரும் கவி படைப்பார்

குருக்கத்தி மணத்தாளைக்
கூடும் போதே வாழ்வெனக்கு!

சேயிழையும் பிரிந்துவிட்டால்
சைனைடே துணை எனக்கு!

வாழ்தல் உயிர்க்கன்னள் ஆயிழை சாதல்
அதற்கன்னள் நீங்கும் இடத்து.      - குறள் : 1124

உரை :

ஆராய்ந்து அணிகலன்களை அணிந்த இவள் கூடும்போது உயிர்க்கு வாழ்வு போன்றவள், பிரியும் போது உயிர்க்கு சாவு போன்றவள்.

●

## 29. எல்லோரும் பேசினார்கள்

அம்மா சொன்னாள்

'ஒரு நாள் முழுக்க
பச்சத்தண்ணி பல்லுல
படாமக் கெடக்குறியே!
ஏதாவது சாப்புடுப்பா...'

அண்ணன் கேட்டான்

'வெளியே வாரியா?
கடையில போயி
டீ குடிச்சிட்டு
வரலாம்.'

மச்சான் வந்து என்
காதோரம்
கிசுகிசுத்தான்

'வா! போயி
ஒரு தம்மப் போட்டுட்டு
வரலாம்.'

நண்பன் என்று சொல்லிக்
கொள்பவன் கடிந்துரைத்தான்

'என்னடா!
பட்டினத்தார் பாட்டெல்லாம்
சொல்லுவே!
ஊருக்கு மட்டுந்தான்
உபதேசமா?'

சித்தப்பா திட்டினார்

'எத்தன தடவ
சொல்லிக்கிட்டுருக்கேன்.
உள்ள போயித் தூங்குடா!'

உடன் வேலை பார்ப்பவன்
தொலைபேசியில்
அழைத்தான்

'எங்களுக்கு நீங்கதான்
எல்லாத்தையும்
சொல்லித் தருவீங்க!
உங்களுக்கு நான்
என்ன சொல்லுறது,
எப்புடிச் சொல்லுறதுன்னு
தெரியல சார்.'

மாமி என்னிடம் கெஞ்சினாள்

‘மாமி கடைக்கிப் போயி
கலரு, சோடா ஏதாவது
வாங்கியாறேன்
குடிக்கிறியாப்பா?’

தம்பி என் எதிர் நின்று
கருத்துரைத்தான்

‘நீ பேசுற வார்த்ததான்
இறுகிப் போயி
வந்து விழுகுது.
ஆனா ஒம் மனசு
ரொம்ப எளகித்தான் கெடக்கு.
உண்மையச் சொல்லணுமுன்னா
இது அப்புடியே தலைகீழா
இருந்திருந்தா நல்லா இருந்திருக்கும்.’

அன்று
எல்லோரும் என்னிடம்
பேசினார்கள் - ஆனால்
எப்போதும் என்னோடு
அன்பாகப் பேசும்
அப்பா மட்டும் அமைதியாக
உறங்கிக் கொண்டிருந்தார்

குளிரூட்டப்பட்ட
கண்ணாடிப் பெட்டிக்குள்.

●

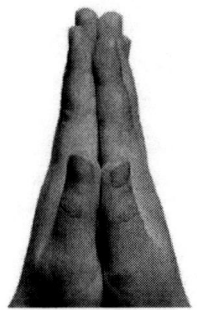

## 30. உண்மையிது உறவுகளே!

உள்ளொன்று வைத்திருந்து
புறமொன்று உரைப்பவரே!

உலகறிவு வாய்த்திருந்தும்
உண்மை சொல்ல மறுப்பவரே!

கனவுகளில் மிதந்திருந்து
காலத்தைக் கழிப்பவரே!

கடுகளவு துன்பம் வரின்
கண்ணீரில் மிதப்பவரே!

தாம் பெரிய வீரரென்று
தருகித்துத் திரிபவரே!

தருமத்தை விளம்பரமாய்த்
தப்படிக்கும் வித்தகரே!

எனக்கெல்லாம் தெரியுமென்று
எக்காளம் இசைப்பவரே!

எதில் இல்லை இறைவனென்று
எகத்தாளம் உரைப்பவரே!

ஆன்மிகம் என்ற பேரில்
அகிலத்தை ஏய்ப்பவரே!

ஆண்டவனே இல்லை என்று
ஆலயத்தை மொய்ப்பவரே!

சொல் புத்தி அற்றுப்போய்
சொந்த புத்தி செத்துப் போய்
சொறிபிடித்தத் தெரு நாயாய்ச்
சோற்றுக்கு அலைபவரே!

கண்காணா கடவுளுக்கு
காணிக்கை வழங்கிவிட்டு
கண்கண்ட ஏழையர் மேல்
கருணையற்ற கிராதகரே!

சாதிச் சாக்கடையை
சந்தனமாய்ப் பூசிக் கொண்டு
சமநீதி வேண்டுமென்று
சத்தமிடும் சண்டியரே!

உம் வீட்டுப் பெண்களெல்லாம்
உத்தமிகள் என்றுரைத்து
உழைக்கச் செல்லும் பெண்ணையெல்லாம்
உத்து உத்துப் பார்ப்பவரே!

ஏமாற்றும் தந்திரத்தை
ஏற்புடைய தொழிலாக்கி
எளியவர்தம் உடைமையினை
ஏய்த்துப் பறிப்பவரே!

ஓட்டுக்குப் பணம் கொடுத்து
ஒரு கோடி பொய்யுரைத்து
ஆட்சிக்கு வந்த பின்னே
அத்தனையும் மறப்பவரே!

அரசாங்க வேலையிலே
அளவான பணமென்று
மேசைக்கு அடிப்புறத்தில்
மேலுங்கொஞ்சம் பணமென்று
கூடலிலே பிறக்காமல்
ஊழலிலே பிறந்தவரே!

நாட்டைத் தாயென்று
நாமணக்கப் பேசிவிட்டு
நாரியரைச் சீரழிக்கும்
நரகல் மதி நாயகரே!

ஏமாற்றிப் பிழைப்பவர்கள்
எல்லோரும் ஒன்று கூடி
ஏதேனும் பெயர்வைத்து
எக்காலும் வாழ்ந்திடுவார்

உரக்கச் சொல்வதானால்
உலகம் அவர்களது!
உண்மை மாந்தருக்கு
உலகத்தில் வாழ்வேது?

**31. சோதனை**

பொதுவாக சிறைவாசிகளுக்கு
அப்படிப்பட்ட சலுகைகள்
அளிக்கப் படுவதில்லை.
ஆனால் அவர் மட்டும்
ஆண்டுக்கு ஒரு முறை
வெளியே வருவார்.

அதற்காக மற்ற சிறைவாசிகள்
சினம் கொள்வதில்லை.

ஓராண்டு காலத் தனிமைச்
சிறைவாசத்தினால்
தன் மீது அப்பிக் கிடக்கும்
இருளை,
சூரியனின் கிரணங்கள்
சுட்டெரிக்கட்டுமென்று
வீதி எல்லாம் சுற்றிவருவார்.

சூரியன் சுரக்கும்
சுத்தமான பாலல்லவா வெளிச்சம்!

தாகத்தில் அறியும்
தண்ணீரின் அருமை போல்
பசியில் அறியும்
உணவின் அருமை போல்

இன்னும் அழுத்தமாகச்
சொல்லவேண்டுமென்றால்

செத்த பின் அறியும்
தாயின் அருமை போல்
சிறைவாசிக்குத்தானே தெரியும்
சூரிய வெளிச்சத்தின் அருமை.

அந்த ஒற்றை நாள்
நகர்வலத்தில் காணும்
காட்சிகளே போதுமானது
அடுத்த ஓராண்டு காலத்
தனிமையில் அவர் அசை போட்டு
ஆனந்தப் பட்டுக் கொள்வதற்கு.

பார்ப்பதை எல்லாம்
விழித் திரையில்
சிக்கெனப் பிடித்து வைத்து
பார்த்துப் பரவசப்படுவார்.

மூலத்தை நகலெடுத்தாலும்
நகல் நகல் தானே!
மூலமாகிவிடுமா நகல்?

ஒற்றுமைகள் வேண்டுமானால்
இருக்கலாம் - ஆனால்
ஒன்று போல் உலகில்
ஒன்றும் இருப்பதில்லை
இதில் ஓராண்டைப் போல
அடுத்த ஆண்டும் இருந்துவிடுமா?

அன்று, அவர்
வெளியே வந்தார்

அமைச்சர் வருவதால்
முடக்கப் பட்டது
கிழக்கு வீதி

மேம்பாலம் இடிந்ததால்
மூடப் பட்டது
மேற்கு வீதி

வெட்டிக் கொலை
செய்துவிட்டார்களாம்
காவலர் கூட்டத்தால்
நிறைந்து வழிகிறது
வடக்கு வீதி

தெற்கே சூலமாம்
போக வேண்டாம் என்றார்
புரோகிதர்
இருந்தும் பயனில்லை
தெற்கு வீதி.

வீதியை நோவதா?
விதியை நோவதா?

கவலைக் கரையான்கள்
நெஞ்சத்தை அரிக்க
துன்பச் சாகரம்
தொண்டையை அடைக்க

மாப்பிள்ளைத் தோரணை
மாறாமல் மனக் கவலையோடு
திரும்பினார் சிறையை நோக்கி.

எங்கோ ஒரு குரல்...

அடியே! சந்தனமாரி
கொடுமையக் கேட்டியா...?
இந்தவருச சாமிஊர்வலம்
ஆரம்பிக்கும் முன்னாடியே
நின்னு போச்சாமுடீ...!

ஆத்தீ... இது என்னடி
சாமிக்கி வந்த சோதனை...?

●

## 32. பூச்சிமாயி பெத்த மக

(தற்கொலை செய்து கொண்ட தன் தந்தையின் மரணத்தைத் தன்னளவில் ஏற்க முடியாத ஓர் அன்பு மகளின் அழுகை இங்கே வரிகளாகிறது. எரிசினக் கொற்றவனின் பொல்லாப்பு நூலிலிருந்து...)

கொழந்த தவறி ஒரு
கொளவி மேல விழுந்ததுபோல்
கொமரிப்புள்ள அன்னக்கிளி-மனங்
கொதிச்சுக் கத்துதடி...

அப்பா எங்க போனே?
ஆச அப்பா எங்க போனே?
ஆரு அழச்சா ஒன்ன?
அவசரமா எங்க போனே?

ஆடு மேய்க்கப் போனாலும்
அசலூரு போனாலும்
எனக்குத் தெரியாம
எக்காலும் போனதில்ல.

அப்பா எங்க போனே?
ஆச அப்பா எங்க போனே?
ஆரு அழச்சா ஒன்ன?
அவசரமா எங்க போனே?

அஞ்சாறு வருசம் முன்ன
ஆத்தா எனையடிக்க
அடிபட்ட பிள்ளையப்போல்-நீ
அழுது பொறண்டியப்பா!

ஆசையாப் பெத்து
அருவகமா வளத்த மக
அடுப்புல விழுந்ததுபோல்
அழுது துடிக்குதப்பா!
எனக்காகக் கண் கலங்க
எந்திரிச்சு வாருமப்பா !

ஆத்துல மீன் புடிச்சு
அரச எல ஒன்னெடுத்து
அளவான கூடு செஞ்சு
அடுப்பெரிச்சு அதச் சுட்டு
முள்ளெல்லாம் நீக்கிப்புட்டு
முழுசாத் தருவியப்பா

அப்பா பசிக்குதப்பா...
அப்பா பசிக்குதப்பா...
அடி வயித்தப் பெசயுதப்பா
ஆத்துமீன் வேணாமப்பா
அரிசிக் கஞ்சி ஆக்கித் தாப்பா !

எசக்கிமாமா எளைய மகன்
என்னோட வம்பிழுக்க
எதுக்கு வம்பு இன்னு
எனக் கூட்டி வந்தியப்பா

எசக்கி இங்க வந்திருக்கார்
எந்திரிச்சுப் பேச வாப்பா

காளியம்மா அத்த வந்து
ஒதவின்னு கேட்டு நின்னா
ஓடி விழுந்தடுச்சு
ஒடனே செய்வியப்பா
அத்த இப்போ கால் ஒடஞ்சு
அழுது வந்து அமந்திருக்கா
ஒருக்கா எந்திருச்சு
ஒதவி செய்ய ஓடியாப்பா !

மூணாரில் குடியிருக்கும்
மூக்கையன் தாத்தாவ
போயொரு நாள் பாத்துவர
பொறப்பட்டு நின்னியப்பா
களச்சிப் போய் வந்திருக்கார்
கலருத் தண்ணி வாங்கியாப்பா.!

வெளியூரு போன ஆத்தா
வீடு வந்து சேரும் முன்ன
வயித்து வலி எடுத்து
வம்பாடு பட்டிருந்தேன்,

அப்பனா ஆனாலும்
ஆம்பளையாப் போனேன்னு
அடுத்து என்ன செய்வதுன்னு
ஆலாப் பறந்தியப்பா.!

பொத்தி வளத்ததுக்கு
பொறுப்பா ஒதவி செய்யப்
பொம்பளையாப் பொறக்கலன்னு
பொல பொலன்னு அழுதியேப்பா.!

கையிக்கு தங்க வள
காலுக்கு மணிக்கொலுசு
காதுச் சாமானும்
காசுமணி அத்தனையும்
போட்டு அழகுபாத்து
பொண்ணு என்ன வளத்தியப்பா!

கழுத்துல தாலிகட்டி
கால் வெரலில் மெட்டிபோட்டு
வண்டி கட்டி நாம் போக
வாசல் நின்னு பாக்கணுமே

பந்தல் காரருக்கும்
பந்தி வைக்கும் ஆட்களுக்கும்
பணங்கொடுத்து அழைக்கணுமே
பட்டுன்னு எழுந்து வாப்பா!

பால்சோறு வச்சாலும்
பழைய சோறு வச்சாலும்
எனக்குன்னு ஒருவாயி
எடுத்து ஊட்டி விடுவியப்பா

பால்ட்டாயில் மருந்தெடுத்து
பட்டுன்னு குடிச்சியப்பா
மகளுக்குக் குடுப்பதுக்கு
மறந்து தொலஞ்சியப்பா!

கஞ்சி சுட்டாலே
கதறித் துடிப்பியப்பா
சுடுகாட்டு நெருப்பு சுடும்
சுருக்கா எழுந்து வாப்பா...!!!
சுருக்கா எழுந்து வாப்பா...!!!